டிடகே

The Didache in Tamil

THE DIDACHE

Translated by Charles H. Hoole

2024

S A L M

SouthAsiaLutheranMission.com

டிடகே

அத்தியாயம் 1

1:1 இங்கே இரண்டு பாதைகள் காணப்படுகின்றன, ஒன்று ஜீவனுக்கு போவது மற்றையது மரணத்தை நோக்கி போவது. மேலும் இவ்விரண்டிற்கும் இடையிலான வேறுபாடு மிகப்பெரியது.

1:2 ஜீவனுக்கு போகும் பாதை என்பது இதுதான். முதலாவதாக, உன்னை படைத்த கடவுளை நேசிப்பாயாக, அடுத்ததாக நீ உன்னை நேசிப்பதுபோல உன் அயலானையும் நேசிப்பாயாக, மேலும் நீ, உனக்கு செய்ய விரும்பாத காரியங்கள் எனக்கருதுகின்றாயோ, அவற்றை மற்றைய மனிதனுக்கும் நீ செய்யாதிருப்பாயாக.

1:3 இந்த மூல உபதேசம் எடுத்துரைப்பது இவைதான்: உங்களை சபிக்கிறவர்களை ஆசீர்வதியுங்கள், மேலும் உங்கள் எதிராளிகளுக்காக ஜெபியுங்கள். உங்களை துன்புறுத்துபவர்களுக்காக உபவாசியுங்கள்; உங்களை நேசிப்பவர்களை மட்டும் நீங்கள் நேசிப்பதால் என்ன பயன்? புறஜாதியாரும் கூட அவ்வாறுதானே செய்கிறார்கள்? ஆனால், உங்களை வெறுப்பவர்களை நீங்கள் நேசியுங்கள், அப்பொழுது உங்களுக்கு பகைவன் எவனும் இரான்.

1:4 மாம்ச மற்றும் உலக இச்சைகளிலிருந்து விலகி இருங்கள். உங்களை எவனாவது வலது கன்னத்தில் அறைந்தால், மறு கன்னத்தையும் அவனுக்கு காண்பியுங்கள், அப்பொழுது நீங்கள் பூரண சற்குணராயிருப்பீர்கள்; உங்களை ஒரு மைல் தூரம் தன்னுடன் வரும்படி ஒருவன் வற்புறுத்தினால் அவனோடு இரண்டு மைல் தூரம் செல்லுங்கள்; ஒருவன் உங்களது மேல் அங்கியை எடுத்துச்சென்றால்,

அவனுக்கு உங்கள் மேலாடையையும் கொடுங்கள்; உங்களுக்கு சொந்தமான ஒன்றை ஒருவன் உங்களிடத்திலிருந்து எடுத்துக்கொண்டால், அதை மீண்டும் கேட்காதீர்கள். ஏனெனில் நீங்கள் அவனிடத்திலிருந்து மீள எடுத்துக்கொள்ள இயலாது.

1:5 உங்களிடம் கேட்கிற யாவருக்கும் கொடுங்கள். அதை திருப்பிக்கேட்க வேண்டாம்; ஏனெனில் தமது பொக்கிஷத்தில் இருந்து அனைவருக்கும் அன்பளிப்புக்கள் கொடுக்கப்பட வேண்டும் என்பதே பிதாவின் சித்தமாக இருக்கிறது. கட்டளைக்கு இணங்க கொடுப்பவன் பாக்கியவான், ஏனென்றால் அவன் குற்றமற்றவனாக இருக்கிறான்; ஆனால் பெற்றுக்கொள்கிறவனுக்கு ஐயோ. ஏனெனில் ஒரு மனிதன் தேவையின் நிமித்தமாக பெற்றுக்கொள்வானாயின், அவன் குற்றமற்றவனாயிருப்பான்; ஆனால் தேவை இல்லாதவிடத்து ஒருவன் பெற்றுக்கொள்வானாயின் அவன் ஏன் பெற்றுக்கொண்டான், என்ன நோக்கத்திற்காக பெற்றுக்கொண்டான், என்பதற்கான அபராதத்தை செலுத்த வேண்டியவனாக இருக்கின்றான்; மற்றும் அவன் உபத்திரவத்தில் இருக்கும்போது அவன் செய்த செயல்களுக்காக பரிசோதிக்கப்பட்டு இறுதி அபராதத்தொகையை செலுத்தி தீருமட்டும் அங்கிருந்து அகலாதிருக்கக்கடவன்.

1:6 எனவே மெய்யாகவே இக்காரியங்களை குறித்து கூறப்பட்டுள்ளபடி, எவருக்கு கொடுக்கப்பட வேண்டும் என அறிந்துகொள்ளும்வரை உங்களுடைய தருமம் உங்கள் கைகளிலேயே இருக்கட்டும்.

அத்தியாயம் 2

2:1 ஆனால் இரண்டாவது கட்டளையின் போதனை இதுதான்:

2:2 கொலை செய்யாதிருப்பாயாக; விபச்சாரம் செய்யாதிருப்பாயாக; வாலிபப் பிராயத்தை வீணடிக்காதிருப்பாயாக; வேசித்தனம் செய்யாதிருப்பாயாக; களவு செய்யாதிருப்பாயாக; குறி சொல்லுதலை பயன்படுத்தாதிருப்பாயாக; மந்திர தந்திரங்களில் ஈடுபடாதிருப்பாயாக; கருக்கலைப்பு மூலம் கருவிலுள்ள சிசுவை கொலை செய்யவோ அல்லது அது பிறந்த பின் கொல்லவோ கூடாது. இவற்றை செய்யாதிருப்பாயாக; அயலானுடைய உடைமைகளை இச்சியாதிருப்பாயாக;

2:3 பொய்யாக ஆணையிடாதிருப்பாயாக; பொய் சாட்சி சொல்லாதிருப்பாயாக; தீய வார்த்தைகள் பேசாதிருப்பாயாக; வன்மம் பாராட்டாதிருப்பாயாக;

2:4 இரு மனம் கொண்டவனாகவோ அல்லது இரட்டை நாவுடையவனாகவோ

இராதே. ஏனெனில் இரட்டை நாக்கு உடையவனாக இருப்பது மரணத்திற்கேதுவான கண்ணியாக இருக்கிறது.

2:5 உன் வாயின் வார்த்தைகள் பொய்யானதாகவோ அல்லது வெறுமையானதாகவோ இல்லாமல், நிறைவேற்றப்படத்தக்கதாக இருக்க வேண்டும்.

2:6 பேராசை கொண்டவனாகவோ அல்லது அபகரிப்பவனாகவோ அல்லது கபடதாரியாகவோ அல்லது வன்மம் பாராட்டுபவனாகவோ அல்லது மேட்டிமையான குணம் கொண்டவனாகவோ இருக்க வேண்டாம்; உன் அயலவருக்கு எதிராக சதி செய்யாதிருப்பாயாக;

2:7 எந்த மனிதனையும் வெறுக்காதிருப்பாயாக, ஆனால் தவறு செய்தால் கடிந்துகொள்வாயாக, மற்றவர்களுக்காக ஜெபிப்பாயாக, உன் ஆத்துமாவிலும் பார்க்க பிறனை அதிகமாக நேசிப்பாயாக.

அத்தியாயம் 3

3:1 என் பிள்ளையே, தீமைகள் அனைத்திலிருந்தும், அது போன்ற சகலவற்றிலிருந்தும் விலகியிருப்பாயாக.

3:2 கோபம் கொள்ளாதே, ஏனெனில் கோபம் படுகொலைக்கு வழிவகுக்கும்; பொறாமை கொள்ளாமலும், வீண்வாக்குவாதம் பண்ணாமலும், சண்டையிடாமலும் இருப்பாயாக; இவை அனைத்தும் கொலை பாதகத்திற்கு இட்டுச்செல்லும்.

3:3 என் பிள்ளையே, காமஇச்சையை விட்டொழித்துவிடு, காமம் வேசித்தனத்திற்கு இட்டுச்செல்கிறது; ஆபாச வார்த்தைகள் பேசுபவனாயிராதே; கண்களை அலைய விடாதே, ஏனெனில் இவை அனைத்தும் காம விகாரங்களுக்கு வழிவகுக்கும்.

3:4 என் பிள்ளையே, சகுனங்கள் பார்ப்பவனாயிராதே, ஏனெனில் அது விக்கிரக வழிபாட்டிற்கு இட்டுச்செல்லும் அல்லது மந்திரங்களை பயன்படுத்துபவனாகவோ அல்லது சோதிடம் பார்ப்பவனாகவோ அல்லது மாயவித்தைக்காரனாகவோ அல்லது இவற்றை விரும்பி பார்ப்பவனாகவோ இராதே, ஏனெனில் இவை அனைத்திலுமிருந்து விக்கிரக வழிபாடு எழுகின்றது.

3:5 என் பிள்ளையே பொய்யனாக இராதே, ஏனெனில் பொய் களவிற்கு வழிவகுக்கும்; பேராசையோ அல்லது தற்பெருமை கொண்டவனாகவோ இராதே; ஏனெனில் இவை அனைத்திலுமிருந்து களவு தோன்றுகின்றது.

3:6 என் பிள்ளையே, முணுமுணுப்பவனாயிராதே, ஏனெனில் அது உன்னை தேவநிந்தனைக்கு இட்டுச்செல்லும்; இறுமாப்போடோ அல்லது தீய சிந்தையுடையவனாகவோ இராதே, ஏனெனில் இவற்றிலிருந்தே தேவநிந்தனைகள் உருவாகின்றன;

3:7 ஆனால், சாந்த குணமுள்ளவர்களாக இருத்தல் வேண்டும், ஏனென்றால் சாந்த குணமுள்ளவர்களே பூமியை சுதந்தரித்து கொள்வார்கள்;

3:8 நீடிய பொறுமையுள்ளவனாகவும், மனதுருக்கமுள்ளவனாகவும், தீங்கிழைக்காதவனாகவும், சமாதானத்தின் மீது நாட்டம் கொண்டவனாகவும், நல்லவனாகவும், தான் செவிகொடுத்த வார்த்தைகளுக்கு எப்போதும் பயந்து அதற்கு ஏற்ப நடப்பவனாகவும் இருப்பாயாக.

3:9 உன்னை குறித்து மேன்மை பாராட்டாதே, அல்லது உன் ஆத்துமாவுக்குள் இறுமாப்பிற்கு இடம் கொடாதே. உன் ஆத்துமா மேன்மை பாராட்டுபவரோடு சேராமல், நீதியானவரோடும் தாழ்மையானவரோடும் நடப்பதாக.

3:10 கடவுள் இன்றி எதுவுமே நடைபெறாது என்பதை புரிந்து கொண்டு உனக்கு நடப்பவை அனைத்தும் நன்மைக்கே என ஏற்றுக்கொள்.

அத்தியாயம் 4

4:1 என் பிள்ளையே, உன்னிடம் கடவுளுடைய வார்த்தையை பேசுகிற எவனையும் இரவும் பகலும் நினைவுகூருவாயா; நீ கர்த்தரை கனம் பண்ணுவதைப்போல அவனையும் கனம் பண்ணுவாயாக; கர்த்தருடைய போதனைகள் எங்கெல்லாம் போதிக்கப்படுகிறதோ அங்கே கர்த்தர் பிரசன்னமாக இருக்கிறார்;

4:2 அனுதினமும் பரிசுத்தவான்களின் தயவை தேடுவாயாக, அப்பொழுது அவர்களின் வார்த்தைகளில் ஆறுதலடையலாம்;

4:3 பிரிவினையை விரும்பாதிருப்பாயாக, மாறாக தர்க்கம் செய்பவரை சமாதானப்படுத்துவாயாக; நேர்மையாக தீர்ப்பு வழங்குவாயாக; மற்றொரு மனிதனை குற்றவாளி என்று கூறும் ஒருவரின் சாட்சியை நீ ஏற்றுக்கொள்ளாதிருப்பாயாக;

4:4 எந்த ஒரு விடயமும் நடக்குமா அல்லது நடக்காதா என்பதில் நீ ஒருபோதும் சந்தேகம் கொள்ளாதே.

4:5 பெறுவதற்கு கையை நீட்டுபவனாகவும் கொடுக்கும்போது கையை இழுப்பவனாகவும் இராதே.

4:6 உன்னிடம் இருந்தால் உன் கையின் பிரயாசத்தினால் உன் பாவத்திற்கான மீட்பின் கிரயமாக கொடு.

4:7 நீ கொடுக்கும்போது தயங்கவோ அல்லது முணுமுணுக்கவோ வேண்டாம்; ஏனெனில் வெகுமதியை நியாயமாக திருப்பிக்கொடுப்பவர் யார் என்பதை நீ அறிந்துகொள்ள வேண்டும்.

4:8 நீ தேவையோடிருப்பவனை விட்டு விலகாமல் அனைத்தையும் உன் சகோதரனோடு பகிர்ந்துகொள், அத்தோடு எதையும் உன்னுடையது என்று சொல்லாதே; நித்தியமானவைகளில் நீங்கள் பங்குதாரர்களாயிருப்பீர்களாயின் அழிவுக்குரியவற்றில் எவ்வளவு அதிகமாயிருக்க வேண்டும்?

4:9 உன் மகனிடமிருந்தோ அல்லது மகளிடமிருந்தோ உன் இருதயத்தை அகற்றி விடாதே, ஆனால் வாலிபப்பராயத்திலிருந்தே கடவுளுக்கு பயப்பட அவர்களுக்கு கற்றுக்கொடுப்பாயாக.

4:10 நீ நம்பிக்கை வைத்திருக்கும் அதே கடவுளின் மீது நம்பிக்கை வைத்திருக்கும் உன் சேவகன் அல்லது சேவகி, அந்த நம்பிக்கையை இழந்துவிடாதபடி கசப்போடு கட்டளையிடாதே, ஏனெனில் உங்கள் இருவருக்கும் மேலான கடவுள் ஒருவரே; ஏனெனில் அவர் மனிதரின் வெளித்தோற்றத்தை பாராமல் ஆவியானவர் ஆயத்தம் பண்ணியவர்களையே அழைக்க வருகின்றார்.

4:11 ஊழியர்களே கடவுளின் சாயலாக இருக்கும் நீங்கள் உங்கள் எஜமானருக்கு பயபக்தியோடு கீழ்ப்படிவீராக.

4:11 அனைத்து கபடங்களையும் கடவுளுக்கு பிரியமில்லாத காரியங்களையும் வெறுப்பாயாக.

4:13 உங்களுக்கு கொடுக்கப்பட்ட ஆண்டவருடைய கட்டளைகளை கைவிடாது, அவைகளில் ஒன்றையும் கூட்டவோ அல்லது குறைக்கவோ செய்யாமல் அவற்றை பாதுகாப்பீராக;

4:14 திருச்சபையில், உன் மீறுதல்களை அறிக்கையிட்டு மனந்திரும்புவாயாக, மற்றும் தீய மனசாட்சியுடன் ஜெபத்திற்கு வராதிருப்பாயாக. இதுவே வாழ்விற்குரிய வழியாகும்.

அத்தியாயம் 5

5:1 மரணத்திற்கான வழி என்பது இவைதான். முதலாவதாக, அது தீமையும், சாபக்கேடும் நிறைந்தது; அத்தோடு அங்கே கொலைகள், விபச்சாரம், காம இச்சைகள், வேசித்தனம், திருட்டுக்கள், விக்கிரக வழிபாடுகள், குறி சொல்லுதல், மாந்திரீகம், திருட்டுகள், பொய்சாட்சிகள், கபடங்கள், இரட்டை மனது, தந்திரம், கர்வம், வன்மம், தன்னிச்சையான செயற்பாடு, பேராசை, தூஷணம், பொறாமை, போக்கிரித்தனம், மூர்க்கத்தனம் என்பனவும் காணப்படுகின்றன;

5:2 நல்லவர்களை துன்புறுத்துபவர்களும் இருக்கிறார்கள் - பொய்யை விரும்புபவர்கள், நீதிக்கான வெகுமதியை அறியாதவர்கள், நன்மையானதை பின்பற்றாமல், கடைப்பிடிக்காமல் இருப்பவர்கள், அனைத்து தருணங்களிலும் நல்லதையல்லாமல், தீயதை தேடுபவர்கள், அவர்களிடமிருந்து சாந்தமும் பொறுமையும் வெகுதொலைவிற்கு சென்று விடும். அத்தோடு வீணான விடயங்களை விரும்புபவர்கள், பிரதியுபகாரத்தை எதிர்பார்த்து காத்திருப்பவர்கள், ஏழைகளிடத்தில் இரக்கம் காண்பிக்காமல் இருப்பவர்கள், துன்பத்தில் இருப்பவர்களுக்கு உதவாதவர்கள், தம்மை படைத்தவரை அறியாதிருப்பவர்கள், குழந்தைகளை கொல்பவர்கள், கடவுளின் சாயலை சிதைப்பவர்கள், தேவையுள்ளவனை விட்டு விலகி நிற்பவர்கள், துன்பப்படுகிறவர்களை ஒடுக்குகிறவர்கள், ஏழைகளுக்கு நியாயமற்று நியாயந்தீர்ப்பவர்கள் போன்று எல்லாவற்றிலும் தவறு செய்பவர்கள் இதிலே அடங்குகிறார்கள். ஆயினும், குழந்தைகளே, இவை அனைத்திலிருந்தும் நீங்கள் விடுவிக்கப்படுவீர்கள்.

அத்தியாயம் 6

6:1 இந்த இறையியல் கோட்பாட்டின் பாதையில் இருந்து எவரும் உங்களை தவறான வழியில் இட்டுச்செல்லாமல் கவனித்துக்கொள்ளுங்கள். அப்படி செய்பவர்கள் கடவுளுக்கு அப்பாற்பட்ட விடயங்களை உங்களுக்கு போதிக்கிறவர்களாக இருக்கின்றார்கள்.

6:2 கர்த்தருடைய முழு நுகத்தையும் உங்களால் சுமக்க முடிந்தால் நீங்கள் பரிபூரணராயிருப்பீர்கள். ஆனால் அது உங்களால் இயலாது என்றால் உங்களால் இயலுமானதை செய்யுங்கள்.

6:3 மாமிச உணவை பொருத்தவரை உங்களால் இயன்றதை தாங்கிக்கொள்ளுங்கள். ஆனால் விக்கிரகங்களுக்கு படைக்கப்பட்டவைகளை குறித்து

எச்சரிக்கையாயிருங்கள், ஏனெனில் அவை நரக கணங்களுக்குரிய வழிபாடாக இருக்கக்கூடும்.

அத்தியாயம் 7

7:1 நீங்கள் ஞானஸ்நானம் கொடுப்பதை பொருத்தளவில்: முதலில், கட்டளைகள் அனைத்தையும் ஒப்பித்த பின்பு பிதா, குமாரன், பரிசுத்த ஆவியின் பெயரால் வழிந்தோடும் தண்ணீரில் ஞானஸ்நானம் கொடுங்கள்.

7:2 ஆனால், வழிந்தோடும் தண்ணீர் கிடைக்காத பட்சத்தில் ஞானஸ்நானம் கொடுப்பதற்கு வேறு தண்ணீரை பயன்படுத்தலாம். குளிர்ந்த தண்ணீர் இல்லாதபோது வெதுவெதுப்பான நீரினையும் கூட பயன்படுத்தலாம்;

7:3 மேற்கூறிய எதுவும் உங்களுக்கு கிடைக்கவில்லையென்றால், பிதா, சுதன், பரிசுத்தஆவியின் நாமத்தில் ஞானஸ்நானம் பெறுபவரின் தலையில் மூன்று முறை தண்ணீர் ஊற்றி ஞானஸ்நானம் கொடுக்கலாம்.

7:4 ஆனால், ஞானஸ்நானத்திற்கு முன்பதாக ஞானஸ்நானம் கொடுப்பவரும், பெறுபவரும், இயலுமானால் அவர்களோடு இணைந்து இன்னும் சிலரும் உபவாசிக்கட்டும். ஞானஸ்நானம் பெறுபவரை ஓரிரு நாட்களுக்கு முன்பதாகவே உபவாசிக்க நீங்கள் கட்டளையிடுங்கள்.

அத்தியாயம் 8

8:1 உங்கள் உபவாசங்கள் நயவஞ்சகரோடு இருத்தலாகாது, ஏனெனில் அவர்கள் வாரத்தின் இரண்டாவது மற்றும் ஐந்தாம் நாட்களில் உபவாசிப்பவர்கள், ஆனால் நீங்கள் நான்காவது மற்றும் ஆறாவது நாட்களில் உபவாசிப்பவர்களாக இருக்கிறீர்கள்;.

8:2 நயவஞ்சகர்களைப்போல ஜெபிக்காமல், கர்த்தர் தம்முடைய நற்செய்தியில் கட்டளையிட்டபடியே ஜெபியுங்கள்: பரமண்டலங்களில் இருக்கிற எங்கள்

7

பிதாவே, உம்முடைய நாமம் பரிசுத்தப்படுவதாக. உம்முடைய இராஜ்யம் வருவதாக. உம்முடைய சித்தம் பரமண்டலத்திலே செய்யப்படுகிறது போல பூமியிலும் செய்யப்படுவதாக. எங்களுக்கு வேண்டிய ஆகாரத்தை இன்று எங்களுக்குத்தாரும். எங்கள் கடனாளிகளுக்கு நாங்கள் மன்னிக்கிறது போல, எங்கள் கடன்களை எங்களுக்கு மன்னியும். எங்களை சோதனைக்குட்படப்பண்ணாமல், தீமையினின்று எங்களை இரட்சித்துக்கொள்ளும்: இராஜ்யமும், வல்லமையும், மகிமையும் என்றென்றைக்கும் உம்முடையவைகளே.

8:3 இவ்வாறு ஒரு நாளில் மூன்று முறை ஜெபம் செய்யுங்கள்.

————————— »» «« —————————

அத்தியாயம் 9

9:1 திருவிருந்தை பொருத்தவரை, இவ்வாறு நன்றி செலுத்துங்கள்.

9:2 முதலில் திருஇரத்தத்தின் கிண்ணத்தை பற்றி: எங்கள் பிதாவே உமது குமாரனாகிய, இயேசுகிறிஸ்துவின் மூலமாக எமக்கு வெளிப்படுத்திய, உமது குமாரனாகிய தாவீதின் பரிசுத்த திராட்சைக்கொடிக்காக நன்றி செலுத்துகிறோம்; என்றென்றும் மகிமை உமக்கே.

9:3 பிட்கப்பட்ட அப்பத்தை பற்றி: எங்கள் பிதாவே, உமது குமாரனாகிய இயேசுகிறிஸ்துவின் மூலமாக வாழ்வையும் ஞானத்தையும் குறித்து எமக்கு வெளிப்படுத்தியதற்காக, உமக்கு நன்றி செலுத்துகிறோம்; என்றென்றும் மகிமை உமக்கே.

9:4 பிட்கப்பட்ட அப்பத்தின் சிதறல்கள் மலைகள் முழுவதும் சிதறி கிடந்தது, பின் ஒன்றாக சேர்க்கப்பட்டு ஒரே அப்பமாகியதுபோல உமது திருச்சபை பூமியின் எல்லைகளில் இருந்து உம்முடைய இராஜ்யத்தில் ஒன்றுசேரட்டும்; இயேசு கிறிஸ்துவின் மூலமாக, மகிமையும், வல்லமையும் என்றென்றைக்கும் உமக்கே.

9:5 கர்த்தருடைய திருநாமத்தால் ஞானஸ்நானம் பெற்றவர்களை தவிர வேறு எவரும் உங்களுடைய திருவிருந்தில் புசிக்கவோ குடிக்கவோ அனுமதித்தலாகாது, ஏனெனில் "பரிசுத்தமானதை நாய்களுக்குக் கொடாதேயுங்கள்" என்று இது குறித்து கர்த்தர் சொல்லியிருக்கிறார்.

————————— »» «« —————————

அத்தியாயம் 10

10:1 திருவிருந்து முடிந்த பின்பு, நீங்கள் பின்வருமாறு ஜெபியுங்கள்:

10:2 பரிசுத்த பிதாவே, உம்முடைய பரிசுத்த நாமம், எங்கள் இருதயங்களில் வாசம் செய்யும்படி செய்ததற்காகவும், உமது குமாரனாகிய இயேசு கிறிஸ்துவின் மூலமாக ஞானம், விசுவாசம் மற்றும் நித்திய வாழ்வை குறித்து எமக்கு வெளிப்படுத்தியமைக்காக நாங்கள் உமக்கு நன்றி செலுத்துகிறோம். என்றென்றும் உமக்கே மகிமை உண்டாகக்கடவது.

10:3 சர்வ வல்லமையுள்ள கர்த்தரே, உமது நாமத்தின் மகிமைக்காக அனைத்தையும் சிருஷ்டித்தீர், நாம் உமக்கு நன்றி செலுத்தும்படியாக, அனைத்து மாந்தருக்கும் புசிக்கவும், குடிக்கவும் தந்து அனுபவிக்க கிருபை செய்தீர். ஆனால் எமக்கு குமாரனாகிய இயேசுக்கிறிஸ்துவின் மூலமாக ஆவிக்குரிய உணவையும், பானத்தையும் நித்திய வாழ்வையும் தந்தீர், என்றென்றும் உமக்கே மகிமை உண்டாகக்கடவதாக.

10:4 எல்லாவற்றிற்கும் மேலாக, எம்மை இரட்சிக்க முடிந்ததற்காக நாம் உமக்கு நன்றி செலுத்துகிறோம்; என்றென்றும் உமக்கே மகிமை உண்டாகக்கடவது.

10:5 ஆண்டவரே, உமது இராஜ்யத்திற்காக, நீர் பரிசுத்தப்படுத்தி ஆயத்தம் பண்ணின உமது திருச்சபையை, எல்லா தீமைகளிலிருந்தும் மீட்டு, உமது அன்பினால், அதை பூரணப்படுத்தி நாற்திசைகளில் இருந்தும் அதை சேகரித்து ஒன்று சேர்த்திட மறவாதேயும்; இராஜ்யமும், மகிமையும் என்றென்றைக்கும் உம்முடையவைகளே.

10:6 உமது கிருபை வரட்டும், இந்த உலகம் கடந்து போகட்டும். தாவீதின் குமாரனுக்கு ஓசன்னா. எவரேனும் பரிசுத்தவானாக இருப்பின் திருவிருந்திற்கு வரட்டும்; அவ்வாறு இல்லையெனில் மனம் திரும்பட்டும். மாரனாதா. ஆமென்.

10:7 தீர்க்கதரிசிகள் தயாராக இருந்தால், நன்றி செலுத்தும்படி அவர்களுக்கு கட்டளையிடுங்கள். ஏனெனில், அவர்கள் அவ்வாறு செய்வதற்கு தயாராக இருக்கிறார்கள்.

அத்தியாயம் 11

11:1 எவரேனும் வந்து, முன்பு கற்பிக்கப்பட்ட போதனைகள் யாவற்றையும் உங்களுக்கு கற்பிக்கிறாரோ அவரை ஆசிரியராக ஏற்றுக்கொள்ளுங்கள்.

11:2 இருப்பினும், அதே ஆசிரியர் வேறொரு இறையியல் கோட்பாட்டை கற்பித்தால், அவருக்கு செவிசாய்க்காதிருங்கள். புறக்கணியுங்கள். ஆனால் நீதியையும் கர்த்தருடைய அறிவையும் அவர் போதித்தால், அவரை கர்த்தருக்கு சமமாக போற்றுங்கள்.

11:3 அப்போஸ்தலர்கள் மற்றும் தீர்க்கதரிசிகள் குறித்து, நற்செய்தியின் கோட்பாட்டின்படி செயல்படுங்கள்.

11:4 உங்களிடம் வரும் ஒவ்வொரு அப்போஸ்தலரையும் கர்த்தராக எண்ணி அவரை ஏற்றுக்கொள்ளுங்கள்.

11:5 தேவை ஏற்பட்டால் அன்றி, அவர் ஒரு நாள் அல்லது இரண்டு நாட்களுக்கு மேல் தங்கமாட்டார். அப்படி அவர் மூன்று நாட்கள் தங்கினால், அவர் போலித் தீர்க்கதரிசி ஆவார்.

11:6 அப்போஸ்தலர் அங்கிருந்து புறப்பட்டு மற்றுமொரு தங்குமிடத்தை அடையும்வரை, அப்பத்தை தவிர வேறொன்றையும் எடுத்துக்கொண்டு போகக்கூடாது. அவர் பணம் கேட்பாராகில், அவர் ஒரு போலித்தீர்க்கதரிசி ஆவார்.

11:7 ஆவியின் வல்லமையால் பேசும் எந்தவொரு தீர்க்கதரிசியையும் நீங்கள் சோதனைக்குள்ளாக்கவோ அல்லது முரண்படவோ கூடாது. எல்லா பாவங்களுக்கும் மன்னிப்பு உண்டு, ஆனால், இந்த பாவத்துக்கு மன்னிப்பு இல்லை.

11:8 ஆவியின் பெயரால் பேசும் எல்லா மனிதர்களும் தீர்க்கதரிசிகள் அல்லர்; ஆனால் அவர்கள் கர்த்தருடைய வழியை பின்பற்றுபவர்கள். ஆகையால், அவர்களுடைய நடத்தைகளினால் அவர்கள் தீர்க்கதரிசியா அல்லது போலித்தீர்க்கதரிசியா என அறியப்படுவார்கள்.

11:9 ஆவிக்குள்ளாக தமக்கு போஜன மேசையை ஆயத்தம் பண்ணக்கட்டளையிடும், எந்த தீர்க்கதரிசியும் அதை புசித்தலாகாது, அவ்வாறு செய்வாராயின், அவர் ஒரு போலித்தீர்க்கதரிசி ஆவார்;

11:10 சத்தியத்தை போதிக்கும் எந்த ஒரு தீர்க்கதரிசியும், தான் போதித்ததை செய்யாவிட்டால், அவர் ஒரு போலித்தீர்க்கதரிசி ஆவார்;

11:11 திருச்சபையின் வெளிப்படுத்தப்பட்ட இரகசியத்திற்காக சேவை செய்திடும்

அங்கீகரிக்கப்பட்ட உண்மையான எந்தவொரு தீர்க்கதரிசியும் மற்றவருக்கு போதிக்காத ஒன்றை அவர் செய்வாராயின் அவரை நீங்கள் நியாயந்தீர்க்காதிருங்கள். ஏனெனில் அவருடைய தீர்ப்பு கடவுளிடத்திலிருக்கிறது. பண்டைய காலத்து தீர்க்கதரிசிகளும் அவ்வாறேதான் செய்தனர்.

11:12 ஆனால், ஆவியின் பெயரால் எவரேனும் பணமோ அல்லது வேறு ஏதேனும் பொருளையோ தரும்படி கேட்டால் அவருக்கு செவிகொடுக்க வேண்டாம்; ஆனால் தேவையுள்ள மற்றவர்களுக்காக கொடுக்கும்படி உங்களிடம் வேண்டிக்கொள்ளும்பட்சத்தில் அவர்களுக்கு அதை கொடுங்கள், அவரை எவரும் நியாயந்தீர்க்க வேண்டாம்.

—————»——«—————

அத்தியாயம் 12

12:1 கர்த்தருடைய நாமத்தினால் வரும் அனைவரையும் ஏற்றுக்கொள்ளுங்கள், பின்பதாக அவரை ஆராய்ந்து அவருடைய குணவியல்புகளை அறிந்து கொள்ளுங்கள். ஏனெனில் நீங்கள் நன்மை, தீமை இரண்டையும் பற்றிய அறிவை அறிந்திருக்கிறீர்கள்.

12:2 வருபவர் ஒரு வழிப்போக்கராக இருப்பாரானால், உங்களால் இயன்றவரை அவருக்கு உதவுங்கள்; எனினும் முக்கிய தேவைகள் எதுவும் இல்லாவிட்டால், அவர் இரண்டு அல்லது மூன்று நாட்களுக்கு மேல் உங்களுடன் தங்கி இருக்க மாட்டார்.

12:3 அப்படியும் அவர் உங்களுடன் தங்க வேண்டிய தேவை ஏற்பட்டால், அவர் ஒரு கைவினைஞராக இருக்கும்பட்சத்தில், அவர் உழைத்து, அந்த உழைப்பின் மூலமாகவே அவர் உண்ண வேண்டும்;

12:4 ஆனால் அவரிடம் எந்தவொரு கைவினைத்திறமையும் இல்லையென்றால், உங்கள் மத்தியில் ஒரு கிறிஸ்தவன் உழைப்பின்றி வாழக்கூடாது என்பதினால், உங்களுடைய ஞானத்தின்படி நீங்கள் அவருக்கேற்றதை எற்படுத்திக்கொடுங்கள்;

12:5 ஆனால் அவர் அவ்வாறு செய்ய விரும்பாதபட்சத்தில், அவர் கிறிஸ்துவை தனது சுயநலத்துக்காக பயன்படுத்துபவர் என்றே பொருள்படும். இப்படிப்பட்ட மனிதர்களை விட்டு விலகி இருங்கள்.

—————»——«—————

அத்தியாயம் 13

13:1 உங்களிடையே வாழ விரும்பும் ஒவ்வொரு உண்மையான தீர்க்கதரிசியும் அவருடைய போஜனத்திற்கு பாத்திரராயிருக்கிறார்.

13:2 அதுபோலவே, ஒரு உண்மையான ஆசிரியர், அவர் ஒரு தொழிலாளியாக இருந்தாலும், அவருடைய போஜனத்திற்கு பாத்திரராயிருக்கிறார்.

13:3 ஆகையால், திராட்சை ஆலை, போரடிக்கும் களம், எருதுகள், மந்தைகள் என்பவற்றின் முதற் கனிகளை எடுத்து தீர்க்கதரிசிகளுக்கு கொடுங்கள். ஏனெனில் அவர்கள் உங்கள் பிரதான ஆசாரியர்களாக இருக்கின்றார்கள்.

13:4 அப்படி தீர்க்கதரிசிகள் எவரும் இல்லாதவிடத்து, நீங்கள் அவற்றை ஏழைகளுக்கு கொடுக்கலாம்.

13:5 நீங்கள் ஒரு விருந்தை ஆயத்தப்படுத்துவீர்களாயின், அதன் முதற்கனிகளை கட்டளையின் பிரகாரம் கொடுங்கள்;

13:6 அதுபோலவே, நீங்கள் ஒரு ஜாடியில் இருந்து திராட்சை ரசத்தையோ அல்லது எண்ணெயையோ எடுக்கும்போது, அவற்றின் முதற்கனியை கட்டளையின்படி கொடுங்கள்;

13:7 அத்தோடு, பணம், ஆபரணங்கள் மற்றும் ஒவ்வொரு உடைமையிலும் முதற்கனியை எடுத்து, அது உங்களுக்கு நல்லது எனத்தோன்றினால், கட்டளையின்படி கொடுங்கள்.

அத்தியாயம் 14

14:1 கர்த்தரின் நாளில், நீங்கள் ஒன்றுகூடிய பின், உங்களுடைய பலி பரிசுத்தமாக இருக்கும்படியாக, உங்களுடைய பாவங்களை அறிக்கை செய்து, அப்பத்தை பிட்டு நன்றி செலுத்துங்கள்.

14:2 ஆனால், உங்களுடைய பலி அசுத்தப்பட்டுவிடாதபடி உங்கள் சகா தனது சக ஊழியருடன் முரண்பட்டிருந்தால், ஒப்புரவாகும்வரை, அவர் உங்களுடன் இணைந்துகொள்ளாமல் பார்த்துக்கொள்ளுங்கள்.

14:3 கர்த்தர் சொல்வதாவது: நீங்கள் எல்லா இடத்திலும் எந்த நேரத்திலும் பரிசுத்த

பலிகளை செலுத்துங்கள். ஏனெனில் நானே இராஜாதி இராஜனாக இருக்கின்றேன். எனது நாமம் புறஜாதியினர் மத்தியிலும் அற்புதமானதாக போற்றப்படுகிறது.

அத்தியாயம் 15

15:1 எப்போதும் கர்த்தருக்கு முன்பதாக தகுதியான ஆயர்கள் மற்றும் அருட்பணியாள்களாக தேர்ந்தெடுங்கள். அவர்கள் பேராசை கொண்டவர்களாக இல்லாமல், சாந்த குணமுள்ளவர்களாகவும் இருத்தல் வேண்டும். உண்மையுள்ளவர்கள் என்று உறுதிப்படுத்தப்பட்டவர்களாகவும் இருக்க வேண்டும். இப்படிப்பட்டவர்களையே தேர்ந்தெடுங்கள். ஏனெனில், அவர்கள் தீர்க்கதரிசிகள் மற்றும் போதகர்கள் செய்த சேவையை உங்களுக்கு செய்கிறவர்களாயிருக்கிறார்கள்.

15:2 நீங்கள் அவர்களை நிந்தனை செய்யாதிருங்கள் ஏனெனில் அவர்கள் உங்கள் மத்தியில் தீர்க்கதரிசிகளோடும் போதகர்களோடும் போற்றப்பட வேண்டியவர்களாயிருக்கின்றார்கள்.

15:3 நற்செய்தியில் நீங்கள் அறிந்துகொண்டதுபோல், யாரையேனும் நீங்கள் கண்டிக்க நேர்ந்தால், அதை கோபத்தோடு செய்யாமல், அமைதியான முறையில் செய்யுங்கள். ஒருவர் மற்றையோரிடம் (தன் அயலானிடத்தில்) தவறாக நடந்துகொள்ளும்பட்சத்தில், அவன் மனந்திரும்பும்வரை நீங்கள் அதை பற்றி எதையும் அவனிடம் பேசுவதையோ, கேட்பதையோ தவிர்த்திடுங்கள்.

15:4 அத்தோடு, உங்கள் ஜெபங்களும், தானங்களும் மற்றும் உங்கள் நடவடிக்கைகள் யாவும் நம் ஆண்டவரின் நற்செய்தியில் கூறப்பட்டுள்ளதுபோலவே இருக்கட்டும்.

அத்தியாயம் 16

16:1 உங்கள் வாழ்க்கை குறித்து விழிப்புடன் இருங்கள். உங்கள் விளக்குகள்

அணைந்து போய்விடாமலும், உங்கள் இடைக்கச்சை அவிழ்ந்து போகாமலும் இருக்கட்டும். எனவே நீங்கள் தயாராக இருங்கள். ஏனென்றால் நம்முடைய கர்த்தர் எந்த நேரத்தில் வருவார் என்று உங்களுக்கு தெரியாது.

16:2 அடிக்கடி ஒன்றுகூடி உங்கள் ஆத்துமாவுக்கு பொருத்தமானவற்றை தேடுங்கள். நீங்கள் இறுதித்தருணத்தில் விசுவாசத்தில் பூரணராய் காணப்படாவிட்டால் உங்கள் வாழ்நாள் முழுதும் காணப்பட்ட விசுவாசம் உங்களுக்கு பயனளிக்காது.

16:3 இறுதி நாட்களில் போலித்தீர்க்கதரிசிகளும் ஊழல் செய்வோரும் பல்கிப்பெருகுவார்கள், ஆடுகள், ஓநாய்களாக மாறும், அன்பு பகையாக மாறும்.

16:4 அநீதியும், அக்கிரமமும் அதிகரிக்கும்போது, மனிதர்கள் ஒருவரை ஒருவர் வெறுத்து, நிந்தித்து, துரோகிகளாய் மாறுவர். பின்னர் உலகில் தேவகுமாரன்போல வஞ்சிப்பவன் தோன்றி, அடையாளங்களையும், அற்புதங்களையும் காண்பிப்பான். உலகம் அவன் கையில் ஒப்புக்கொடுக்கப்படும். உலகம் தோன்றியதிலிருந்து இதுவரை நடைபெறாத அநீதியான காரியங்களை அவன் நடப்பிப்பான்.

16:5 அப்பொழுது மனுக்குலம் அக்கினி சோதனைக்கு உட்படும். அநேகர் குற்றப்பட்டு அழிந்து போவர். ஆனால் விசுவாசத்தில் நிலைத்திருப்போர் அதே கன்மலையினால் மீட்கப்படுவர்.

16:6 இவை அனைத்திற்கும் பின், சத்தியத்தின் அடையாளங்கள் தென்படும். முதலில், பரலோகத்தின் கதவுகள் அகலத்திறக்கப்படும் அடையாளம், அடுத்தது எக்காளத்தின் ஒலி கேட்கும், மூன்றாவதாக, மரித்தோரின் உயிர்த்தெழல்.

16:7 எல்லாவற்றிலும் அல்ல, ஆனால் கர்த்தர் வருவார் என்றும் அவருடைய பரிசுத்தவான்கள் அனைவரும் அவருடன் வருவார்கள் என்றும் சொல்லப்பட்டிருக்கிறது.

16:8 அப்போது கர்த்தர் பரலோகத்தில் இருந்து மேகக்கூட்டங்களின் நடுவே வருவதை இந்த உலகம் காணும்.